51 അക്ഷരങ്ങൾ

ജോസെ ലിയോൺസ്

മലയാളത്തിന്, കേരളത്തിന് സമർപ്പിക്കുന്നു.

ഉള്ളടക്കം

ഉള്ളടക്കം

ഉള്ളടക്കം

Malayalam

51 Aksharangal

Collection of Poems

By

Josse Lyons

1ˢᵗ Impression – April 2025

Type Set: Notion Press

Address:

Notion Press Media Pvt Ltd, #7, Red Cross Road,

Egmore, Chennai, Tamil Nadu 600008

https://notionpress.com

Email: publish@notionpress.com

ISBN: 979-8899290688

ആമുഖം

മലയാളത്തിലെ 51 അക്ഷരങ്ങളിൽ പ്രാസം ഉപയോഗിച്ചു കവിത എഴുതുകയെന്നത് ഒരു നേരമ്പോക്കിന് തോന്നിയ ആശയമാണ്. രണ്ടു അക്ഷരങ്ങൾ ഒഴിവാക്കിയിട്ടുണ്ട് അം അ: പകരം മറ്റു രണ്ടു (റ, കാ) അക്ഷരങ്ങൾ ഉപയോഗിച്ചു. അങ്ങനെ ആകെ 51.

പ്രാസ കവിതകളിലേക്ക് സ്വാഗതം.

ഗ്രന്ഥകാരനെ കുറിച്ച്

ജോസെ ലിയോൺസ് - 1976-ൽ തൃശൂർ മുണ്ടൂർ പുറ്റേക്കരയിൽ ജനനം. സ്കൂൾ കോളേജ് കാലഘട്ടത്തിൽ കലാപ്രവർത്തനങ്ങളിൽ കർമ്മനിരതനായിരുന്നു. സെയിന്റ് മേരീസ് സ്കൂൾ പുറ്റേക്കര, ഡീപോൾ സ്കൂൾ ചൂണ്ടൽ, ബിഎസ്സി ഫിസിക്സ് - സെയിന്റ് തോമസ് കോളേജ് തൃശൂർ, എം.സി.എ - ഗവൺമെന്റ് എഞ്ചിനീയറിംഗ് കോളേജ് തൃശൂർ എന്നീ വിദ്യാലയങ്ങളിൽ നിന്നും പഠനം പൂർത്തിയാക്കി. ഇൻഫർമേഷൻ ടെക്നോളജി രംഗത്ത് കർമ്മ നിരതനാണ്. ടി.സി.എസ്, സൊസൈറ്റി ജനറൽ, ഐ.ബി.എം, ഏർണെസ്റ്റ് ആൻഡ് യങ് എന്നീ കമ്പനികളിൽ പ്രവർത്തിച്ചു. എഴുത്തിൽ സജീവം.

ഗ്രീൻബുക്സ് പ്രസിദ്ധീകരിച്ച കൃതികൾ

ദൈവകണികകൾ (മലയാളം നോവൽ 2014)
മീൻകാരനും ലോലിതയും (മലയാളം നോവൽ 2017)
കണ്ണാടിക്കവിതകൾ (മലയാളം കവിതാ സമാഹാരം 2023)
ദി ഗോഡ് പാർട്ടിക്കിൾസ് (ഇംഗ്ലീഷ് നോവൽ 2024)

പേപ്പർ ടൗൺ പ്രസിദ്ധീകരിച്ച കൃതി

ക്യൂരിയോസിറ്റി (ഇംഗ്ലീഷ് കവിതാ സമാഹാരം 2022)

നോഷൻ പ്രസ് പ്രസിദ്ധീകരിച്ച കൃതികൾ(2025)

കവികൾ കവിതയാകുന്നു (കവിതാ സമാഹാരം)

അമേരിക്കൻ നാറാണത്ത് ഭ്രാന്തൻ (ചെറുകഥകൾ)

51 അക്ഷരങ്ങൾ (മലയാളം കവിതാ സമാഹാരം)

എഞ്ചിനീയർ (മലയാളം കവിതാ സമാഹാരം)

ദി മാഡ് മാൻ ഫ്രം യുസ്എ (ഇംഗ്ലീഷ് ഷോർട്ട് സ്റ്റോറി)

എഞ്ചിനീയർ (ഇംഗ്ലീഷ് കവിതാ സമാഹാരം)

പോയറ്റ്സ് ആർ പോയംസ് (ഇംഗ്ലീഷ് കവിതാ സമാഹാരം)

അടുത്ത് ഇറങ്ങാനിരിക്കുന്ന കൃതികൾ (2026)

ഫിഷ് സെല്ലർ ആൻഡ് ലോലിത (ഇംഗ്ലീഷ് നോവൽ)

ഇമെയിൽ : *email4liyons@gmail.com*

1. അ

1

അക്ഷയമായൊരു,
അക്ഷരമാലയിൽ
അകതളിർ അച്ചടി,
അക്ഷയ പാത്രം.

2

അഗോചര അക്ഷര,
അഗാധമഖില,
അഗ്നി കണമായ്,
അങ്കം കുറിക്കും.
അക-ലിത അകലങ്ങളിൽ
അകതാരിൻ അകപ്പൊരുൾ
അകല്പിതമായ് അകന്നുപോയ്.

3

അജ്ഞാനമടയാളമോരോ,
അണുവിലും അഗ്നിയായ്,
അചിന്തിത അച്ചുതണ്ട്.
അതിചാലക അതിരസം,
അദ്വൈത മതത്തിലും
അനന്തമായ് അദ്ധ്യാത്മ,
അനന്തര ചിന്തയിൽ
അനുകൂല അനുകമ്പ,
അനിലനായ് അനുസ്യൂതം,
അന്തരാളത്തിൽ അന്തർഗമിക്കുന്നു.

അർത്ഥങ്ങൾ

[അക്ഷയം – ക്ഷയിക്കാത്ത; അന്തരാളം - ഇടയ്ക്കുള്ള
സ്ഥലം ; അന്തർഗ്ഗമിക്കുക - ഉള്ളിലേയ്ക്ക് പോകുക ;
അകതളിർ - മനസ്സ് ; അനിലൻ - വായു, കാറ്റ് ;
അഗോചര - കാണാൻ കഴിയാത്തത് ; അകതാരിൻ -
മനസ്സിൻ; അതി ചാലകം - നന്നായി ചലിപ്പിക്കാൻ
കഴിയുന്ന ശക്തി; അതിരസം- അതിയായ മാധുര്യം ;
അദ്വൈതം - രണ്ട് എന്ന ഭാവം ഇല്ലാത്ത]

2. ആ

[മാറ്റങ്ങളുടെ വേര് തേടി പോയാൽ ആധുനികത അല്ലെങ്കിൽ മാറ്റം ആദി കവിയുടെ ആദ്യ ഗ്രന്ഥത്തിലും കാണാവുന്നതാണ്. മാറ്റമില്ലാത്ത മാറ്റം]

ആചരണവാദം ആഗോള വാദം;
ആജനന ആഗിരണ ആഗ്രഹ സിദ്ധികൾ;
ആചന്ദ്ര താരകകാലവും മാഘോഷ,
ആചാര വെടികളും ആചാര വിധികളും;
ആധാര ഗ്രന്ഥം ആധാര ബിന്ദുവായ്,
ആധാര ശിലയായി ആദിത്യ ബിംബമായ്,
ആദി കവിയുടെ ആദർശ വാക്യങ്ങൾ,
ആദരപൂർവ്വം ആദി താളമായ്,
ആന്തരമായൊരു
ആധുനി-കാന്തരത ആന്ദോളനമായ്,
ആരംഭ ആനന്ദ ആമോദമായ്.

അർത്ഥങ്ങൾ

[ആചരണവാദം - ഒരാളിന്റെ പെരുമാറ്റ രീതികൾ മാറ്റിയാൽ മാനസിക രോഗങ്ങൾ മാറ്റാമെന്ന വാദം; ആജനന - ജനനം മുതൽക്ക് ; ആഗിരണം - വലിച്ചെടുക്കുക]

3. ഇ

[പ്രണയം – ഇഷ്ടം - ഇണക്കം]

1

ഇണങ്ങി ചേരാൻ,
ഇടവിടാതുള്ള ഇണക്കവും
ഇണയുടെ ഇതവും
ഇടയാതെ ഇണങ്ങണം.

2

ഇടയനും ഇടയത്തിയുമായ്
ഇടച്ചിലില്ലാതെ ഇച്ഛയാ
ഇണങ്ങണം.

3

ഇടയ ജീവിതം ഇതളുകളായ്
ഇതരേതര ഭാവത്തിൽ
ഇതിവൃത്തമാകണം.

ഇതിഹാസമാകണം.

4

ഇടനെഞ്ചിൽ ഇത്തിരി;
ഇന്ദ്രീയ, ഇനിമയും
ഇഹലോക ഭൂതിയും,
ഇണചേരണം;
ഇളക്കമില്ലാതെ ഇശയാകണം.

5

ഇഷ്ടവും ഇഷ്ടിയും
ഇഴയാകണം.
ഇശയാകണം.

6

ഇഷ്ടവും ഇഷ്ടിയും
ഇഴയാകണം.
ഇശയാകണം.
ഇലത്താളമാകണം.
ഇലത്താളമാകണം.

അർത്ഥങ്ങൾ

[ഇശ - മധുര ശബ്ദം, ഗീതം ; ഇതം - ഹിതം, ഇഷ്ടം ;
ഇനിമ- മാധുര്യം, ഭംഗി]

4. ഈ

[മാറ്റൊലിയായ് ഈറ്റൊലിയായി നിങ്ങൾ നിങ്ങളെ തന്നെ കാണുന്നു. പ്രസവ വേദനയിൽ തുടങ്ങി, നിങ്ങൾ ആട്ടി അകറ്റുന്ന വെറുക്കുന്ന ഈച്ചയായയലും, ചുറ്റുമുള്ള ഈണത്തിലും ആഗ്രഹമായി, കാഴ്ചയായി നിങ്ങൾ നിങ്ങളെ കാണുന്നു ഈശ്വരനായി.പ്രതിബിംബമായി.]

ഈറ്റുനോവിൻ ഈറ്റൊലിയിൽ
ഈച്ചരനുണ്ട് ഈശ്വരനുണ്ട്.
ഈച്ചയിൽ ഈച്ചരനുണ്ട്
ഈച്ചരനായി ഈശ്വരനായി.
ഈരടി ഈണം
ഈപ്സിതമായി ഈക്ഷിതമായി
ഈശ്വര ബിന്ദുവിൽ
ഈരടി ഈറ്റൊലി.

അർത്ഥങ്ങൾ

[ഈപ്സിതം - ആഗ്രഹം ; ഈക്ഷിതം - കാഴ്ച ; ഈറ്റൊലി - പ്രതിധ്വനി]

5. ഉ

[ഉയർച്ച - കവിത എഴുതുന്നതിൽ ചന്ദ്രനും
നക്ഷത്രങ്ങളും നിലാവും രാത്രികളും എന്നെ
ഉത്തേജിപ്പിച്ചിട്ടുണ്ട്]

1

ഉത്സുക, ഉത്ഭവ, ഉഗ്രൻ,
ഉടുപതി.
ഉജ്ജ്വലമായി ഉടുപതി രാജൻ.
ഉദ്ദയനത്തിൽ ഉടയോൻ ഉടുപതി.

2

ഉപനദിയായി ഉപകഥയായി,
ഉന്മീലനം ഉന്മാദനം.
ഉപകഥയായി ഉപരതയായി
ഉപേക്ഷിത ഉപാസിത
ഉപവ്യാഖ്യാനം.

3

ഉച്ചസ്ഥായിയിൽ ഉയരാനായി
ഉച്ചകോടിയിൽ ഉയരാനായി
ഉടനടി ഉജ്ജ്വല
ഉചിതോത്തേജനം.
ഉത്തമ ഉദയം,
ഉന്നത ഉന്നം.

4

ഉയരിൽ ഉയരാൻ,
ഉർവ്വര ഉലകം.
ഉള്ളിൽ ഉയരാൻ,
ഉൾക്കടൽ ഉറവിടം,
ഉറയും ഉറവിടം.

5

ഉറക്കം ഉണരാൻ,
ഉള്ളറ ഉൾവിളി,
ഉണരും ഉള്ളം.
ഉള്ളറ ഉൾവിളി,
ഉരിയടിയായി,
ഉയർന്നീടുന്നു.

അർത്ഥങ്ങൾ

[ഉടുപതി - ചന്ദ്രൻ ; ഉല്ലയനം - പൊങ്ങി പറക്കുക;
ഉന്മീലനം - വികസിക്കൽ , ഉർവ്വര - ഫലഭൂയിഷ്ടമായ
ഭൂമി]

6. ഊ

ഊമനാണെന്ന്
ഊഹിച്ചു.
ഊഹാപോഹത്തിൽ
ഊർജ്ജിതമായി ഊമക്കത്ത്,
ഊതിപെരുപ്പിച്ചു.
ഊടു പാതയിൽ
ഊതി ഊതി,
ഊന്നിപ്പറഞ്ഞു,
ഊശിയാക്കി,
ഊതിക്കെടുത്തി,
ഊഷരമെന്ന്,
ഊറിപ്പറഞ്ഞ്,
ഊന്നുവടിയിൽ
ഊരിപോന്നു.

7. ഌ

ഌജു ഌജുഗതിയായി,
ഌജുരേഖയിൽ
ഌഷി ഌതു പതിയായി,
ഌതുവെന്നൊരു ശാശ്വത സത്യം.

അർത്ഥങ്ങൾ

[ഌജുരേഖ - നേർവര ഌജു - നോരെയുള്ളത് ഌതു- കാലം,
കാലാവസ്ഥ]

8. എ

എന്തെന്ന് എവിടെയെന്ന്,
എങ്ങനെയെന്ന് എഴുതുവാൻ,
എഴുത്താണിയായ്.
എതിർവാദമെഴുതുവാൻ
എടുത്ത പടി,
എട്ടിന്റെ പണിയായ്,
എട്ടായ്,
എട്ടുകാലി വലയായ്.
എമ്പാടും എതിരെഴുത്തായ്,
എരിവും പുളിയുമായ്,
എരിതീയായി എരിഞ്ഞീടുന്നു.

9. ഏ

[ഏകം]

ഏറുമാടത്തിൽ ഏകനായ്,
ഏകാകിയായ്,
ഏകസ്വരതയിൽ
ഏകാഗ്ര ചിത്തമായ്
ഏറിയകൂറും ഏഴതൻ
ഏകാന്ത ജീവിതം
ഏകീഭവിച്ചു.

10. ഐ

[ഐക്യം]

ഐക്യ മുന്നണിയിൽ
ഐവർ ഐക്യം
ഐക്യ നാട്ടിൽ ഐരം
ഐകമത്യം,
ഐതിഹാസികം.

അർത്ഥങ്ങൾ

[ഐരം – ശബ്ദം; ഐവർ – പാണ്ഡവന്മാർ ,
അഞ്ചുപേർ]

11. ഒ

[ഒടിയൻ - ഒറ്റയാൾ പട്ടാളം]

ഒട്ട് പടം ഒട്ടി ചേരുംപോൽ;
ഒട്ട് മരം ഒട്ട് പാൽ ഒഴുക്കും ഒടുക്കം
ഒടി വിദ്യയായ് ഒടിവിൽ ഒതളങ്ങയിലും
ഒതുക്കം ഒരുവേള ഒളിപ്പോരായ്;
ഒറ്റയാൾ പട്ടാളമായ് ഒറ്റത്തടിയായ്;
ഒടിയനായ് ഒളിമിന്നലായ് ഒരുങ്ങി;
ഒട്ടകപ്പക്ഷിക്കൊപ്പൊത്തിനൊപ്പം.

12. ഓ

[ഓവ് ചാലിൽ ഒഴുകും ജീവിതങ്ങൾ]

1

ഓവു പാലത്തിനടിയിൽ,
ഓവു ചാലിൽ,
ഓശാരം കൊടുക്കുന്നവർ,
ഓഹരി പറ്റുന്നവർ.

2

ഓരിയുടന്നവർ,
ഓലപ്പാസ് കാണിക്കുന്നവർ,
ഓക്കാനിക്കുന്നവർ,
ഓടിപ്പിടിക്കുന്നവർ.

3

ഓതുന്നവർ,
ഓർമ്മിപ്പിക്കും;

ഓർമ്മകളെ,
ഓരോന്നോരോന്നായ്,
ഓളങ്ങളായ്.

4

ഓടയിൽ ഓരത്ത്,
ഓതിക്കൊടുക്കും;
ഓന്തിനോടായ്,
ഓതിക്കൊടുക്കും,
ഓന്തിനോടായ്,
ഓവുചാലിൽ;
ഓന്തിനോടായ്.

13. ഔ

[ഔചിത്യം]

ഔചിത്യ ഔഷധം
ഔദാര്യ ഔൽസുക്യം
ഔജസിക ഔഷധംപോൽ
ഔന്നത്യമാപിനി.

14. ക

[കാഴ്ചകളുടെ ഓളങ്ങൾ]

കണ്ണടയിലൂടെ കണി കാണുന്ന
കണക്കുകൾ കടലോരത്ത് കാണുകയില്ല.
കണ്ണടയിലൂടെ കണി കാണുന്ന
കണക്കുകൾ കടലോരത്ത് കാണുകയില്ല.
കടൽ തീരത്തെ കടൽത്തിരയിൽ
കപോലകല്പിത കണ്ണാടി കാഴ്ചകൾ.
കരയിൽ കയം കയറി കരക്കാറ്റായി,
കർമ്മപഥത്തിൽ കലയായി,
കല്പന്ത കാലത്തോളം,
കലാപമായി കലഹിക്കുമെന്നറിയും
കവാടമാണ് കാഴ്ചകളാണ്,
കല്ലോലമാണ് കവചങ്ങളാണ്,
കവടികളാണ് കവിതകളാണ്,
കവിതകൾ.

15. കാ

[കാ എന്ന് തുടങ്ങുന്ന ശബ്ദം വ്യത്യസ്ത അക്ഷരമായി മലയാള അക്ഷരമാലയിൽ നിയമപരമായി ഇല്ലെങ്കിലും ഒരു പ്രാസ കവിത എഴുതുന്നു.]

കാതലനായ്,
കാതുകുത്തി,
കാത്തിരിക്കും
കാന്താരി.
കാന്തകമായ്,
കാഞ്ചനമായ്,
കാനനമായ്,
കാട്ടാറായ്,
കാത്തിരിക്കും
കാന്താരി.
കാർത്തികയിൽ
കാർമുകിലായ്,
കാറ്റും കോളും
കാഴ്ചപ്പുറമായ്,
കാശിത്തുമ്പ
കാന്താരി.

16. ഖ

ഖജനാവിൽ ഖനനം,
ഖനിയിൽ ഖനനം,
ഖലൻ ഖണ്ഡിച്ചു.
ഖലാസിയല്ല;
ഖലീഫയല്ല;
ഖര ഖണ്ഡനം,
ഖാണ്ഡത്തിൽ;
ഖിന്നനായ്,
ഖഗം ഖഗോളത്തിൽ
ഖേചരിക്കുന്നു.

അർത്ഥങ്ങൾ

[ഖലൻ - ദുഷ്ടൻ ; ഖണ്ഡിച്ചു – ഭാഗിച്ചു; ഖലാസി -
യാത്രക്കാരൻ ; ഖലീഫ - വൈദീക ശ്രേഷ്ഠൻ]

17. ഗ

1

ഗോപിക ഗോചര,
ഗോകുല ഗോപുരം,
ഗമനാഗമനം
ഗമനീയ ഗമനം.

2

ഗമകം ഗീതകം,
ഗുരുക്കൾ ഗുണിക്കവൈ,
ഗീത-കൃതി ഗീതകം,
ഗഹന ഗംഭീരം.

3

ഗീർവ്വാണ ഗാനമായ്
ഗായത്രി ഗരിമയായ്

ഗരുഡനായ്
ഗൂഢ പഥത്തിൽ,
ഗമിക്കവേ;

4

ഗംഗ ഗതി ഗ്രസനം
ഗഗനചാരി പോൽ
ഗജഗാമിനിപോൽ
ഗണമായ് ഗജഗതിയായ്

5

ഗോപിക ഗോചരം
ഗോകുല ഗോപുരം
ഗമനാഗമനം
ഗമനീയ ഗമനം.

അർത്ഥങ്ങൾ

[ഗഗനം – ആകാശം; ഗഗനചാരി - മേഘം , പക്ഷി;
ഗജഗാമിനി - ആനയെ പോലെ സുന്ദരി ; ഗജഗതി -
ആനയുടെ നടപ്പ് ; ഗഗനചരം - പക്ഷി ; ഗമകം -
സംഗീതത്തിലെ ഒരു സംയോഗം; ഗമനം - ഗതി, സ്ത്രീ
സംഭോഗം ; ഗമനാഗമനം - പോക്കുവരവ് ; ഗീതകം-പാട്ട്
]

18. ഘ

[തെളിമയില്ലാത്ത ബഹളങ്ങളിൽ പലതും
ഒളിഞ്ഞു കിടക്കും, പലതും ഇല്ലാതാകും]

1

ഘോര ഘാതകൻ;
ഘോണി ഘോഷണം.

2

ഘടദീപം പോലുമല്ല,
ഘോരഘാതക സമം;
ഘർഷകനല്ല ഘടികാരമല്ല;
ഘനശ്യാമനല്ല,
ഘനിമയുള്ള ഘനിഭൂതമായ,
ഘർഘര,
ഘനാഘനം.

അർത്ഥങ്ങൾ

[ഘടദീപം - കുടത്തിലെ വിളക്ക്;ഘനിമ - ഘനമുള്ള അവസ്ഥ;ഘനിഭൂതം - കട്ടിയായ ; ഘനശ്യാമൻ - കാർമേഘത്തിന്റെ നിറമുള്ളവൻ ; ഘോണി - പന്നി ഘോഷണം - ഉച്ചത്തിൽ ശബ്ദിക്കുക; ഘർഘര -കിറു കിറു ശബ്ധം; ഘനാഘനം - മേഘം, സംഘട്ടനം; ഘർഷകൻ - ഉരയ്ക്കുന്നവൻ]

19. ങ

ചങ്ങാടത്തിൽ ചങ്ങാതികൾ,
ചങ്ങലയായ് അങ്ങാടിച്ചുറ്റും,
അങ്ങും മിങ്ങും എങ്ങും,
അങ്ങനെ ഇങ്ങനെ,
തങ്ങി വിങ്ങി,
തങ്ങി വിങ്ങി,
മങ്ങാതെ പൊങ്ങി,
ചങ്ങാത്തം ചങ്ങാടം കയറി,
ചങ്ങലയിൽ അങ്ങുമിങ്ങും,
അങ്ങനെ ഇങ്ങനെ
തിങ്ങി വിങ്ങി പൊങ്ങുപോലെ
അങ്ങാടിയിൽ തിങ്ങി വിങ്ങി.
അങ്ങാടിയിൽ തിങ്ങി വിങ്ങി.
തിങ്ങി വിങ്ങി പൊങ്ങുപോലെ.

20. ച

1

ചഞ്ചലമെന്നറിയാം,
ചങ്കിടിപ്പോടെ,
ചകിതനായ്,
ചതുരംഗത്തിൽ.

2

ചന്തമായുള്ള ചന്ദ്രകലയിൽ,
ചന്ദ്രകാന്ത ചന്ദ്രകിരണം,
ചഞ്ചല മിഴിപോൽ ചന്ദ്രൻ;
ചക്രവാളം താണ്ടി.

3

ചക്രവർത്തിനി-ചങ്ങലപ്പാലത്തിൽ,
ചന്ദ്രബിംബം ചന്ദ്രോദയമായി.
ചട്ടക്കാരൻ ചട്ടയിൽ,
ചതിവിൻ ചതുരത,
ചവിട്ട് കല്ല് ചവിട്ട് പടിയായ്,

ചവിട്ട് വണ്ടിയിൽ,
ചലിച്ചിരുന്നു.

4

ചാരി ചാലക,
ചാരുഹാസം,
ചാറി ചിണുങ്ങി,
ചിതറി ചിതലായ്,
ചിന്താ ചിത്രങ്ങൾ;
ചീന്തലായ്,
ചിലന്തി നൂലായ്,
ചിലമ്പി ചിഹ്നമായി,
ചുടലയായ് ചുടലക്കളമായ്,
ചുരുൾ ചുരുളഴിയവെ;
ചുറ്റി തിരിഞ്ഞു ചുറ്റിലും
ചൂണ്ട കണക്കെ ചൂണ്ടി ചൂണ്ടി;
ചൂണ്ടു പലകയായ്.

21. ഛ

ഛായാപഥത്തിലെ,
ഛായാപഹരണം,
ഛിന്നഭിന്നമായ്
ഛന്ദിതമായ് ചന്ദ്രനിൽ,
ചൊരിയുക ചേതസ്സ്,
ഛത്രപതിയ്ക്ക്,
ഛത്രധാരണമായ്,
ഛായാപഥത്തിലെ,
ഛായാപടമാകുന്നു.

അർത്ഥങ്ങൾ

[ഛത്രപതി - രാജാവ് ; രാജചിഹ്നം ; ഛായപഥം -
ആകാശം ; ഛായാപഹരണം - രൂപം അപഹരിക്കൽ]

22. ജ

1

ജലനിധിയിലെ ജഗത് ജീവിതം;
ജലരേഖയല്ല,
ജലജകുസുമമല്ല,
ജഗതിയുടെ ജഗൽസ്ഥിതിയെത്രെ.

2

ജാതിയും ജാതിക്കൂട്ടവും
ജാലക്കാരൻ ജാലകത്തിൽ,
ജാലവിദ്യയിൽ ജലദോഷമായി.

3

ജലപഥം ജ്യോതിയായ്,
ജ്യോത്സനയായ്,
ജ്ഞാനിയുടെ ജൈവകണത്തിൽ.
ജീവിത സമരം
ജിഗുഷുവായ്
ജാഗര ജലധാരയായ്

ജനപദമായി, ജയധ്വനിയായ്
ജനനിയായ്.

അർത്ഥങ്ങൾ

[ജലനിധി-സമുദ്രം ; ജഗത് - ലോകം, ഗമിക്കുന്ന ;
ജലരേഖയല്ല - വെള്ളത്തിലെ വര ; ജലജകുസുമം -
താമര പൂവ്; ജിഗുഷുവായ് - ജയിക്കാൻ
ഇച്ഛരിക്കുന്നവൻ; ജാഗര - ഉണർന്നിരിക്കുന്ന]

23. ഥധ

ഥധര ഥധര,
ഥധഗതി ഥധങ്കാരം,
ഥധരിക,
ഥധംഥധ,
ഥധംഥധാദീപത്തിനിടയിൽ
ഥധർഥധര ഥധർഥധരി
ഥധല്ലി പോൽ,
ഥധര ഥധര,ഥധരിക,
ഥധരിക ഥധരിക.

അർത്ഥങ്ങൾ

[ഥധര - അരുവി; ഥധങ്കാരം – വണ്ടിന്റെ മൂളൽ, മർമ്മര
ശബ്ദം; ഥധംഥധ - കൊടുങ്കാറ്റിന്റെ ഇരമ്പൽ; ഥധഗതി -
വേഗത്തിൽ, ഥധംഥധാദീപം - കൊടുങ്കാറ്റിലും കെട്ടു
പോകാത്ത വിളക്ക് ; ഥധർഥധര ഥധർഥധരി- ഉടുക്ക്;
ഥധല്ലി – വാദ്യം; ഥധരിക- ഒഴുക്ക്]

24. ഞ

ഞാറു നടാൻ,
ഞങ്ങൾ ഞാറ്റുവേലയിൽ,
ഞൊടിയിടയിൽ,
ഞൊറി ഞെരടിയിറങ്ങി;
ഞാറ്റുപാട്ടുപാടി.
ഞാറു നടാൻ,
ഞങ്ങൾ ഞാറ്റുവേലയിൽ,
ഞൊടിയിടയിൽ,
ഞൊറി ഞെരടിയിറങ്ങി;
ഞാറ്റുപാട്ടുപാടി.

25. ട

1

കടം തേടി നേടിയ കിടപ്പാടം,
അടവ് കടമായി വടി,
കൊടുത്തടിവാങ്ങി,
പട പട പടലമായ്,
മിടിമിടിപ്പ്.

2

ചട പട കൊടുമുടി കയറി,
അടിയറയായി,
കടപ്പാടിൻ,
കടമ പുടവയിലും
കടങ്കഥയായി.

3

പടമായി കടമിഴിയിൽ
കടവുൾ കടാക്ഷം,
പട ധ്വനിയായി

ചട പട പട പട
പട നിലമായി,
കൊടി നിലമായി,
മിടി മിടിപ്പ് കൊടുമുടിയിൽ.

4

കടം തേടി നേടിയ കിടപ്പാടം,
അടവ് കടമായി വടി,
കൊടുത്തടിവാങ്ങി,
പട പട പടലമായ്,
മിടിമിടിപ്പ്.

26. ഠ

കഠാര കുഠാര പോൽ
കഠിന പഠനം ഠം.
അഠാണം ഒരു രാഗം.

27. ഡ

[ഡാകിനിയുടെ ആഘോഷങ്ങളും
ആഡംബരങ്ങളും, ഒരു കമ്മലും, ഒരു ആട്ടു
തോട്ടിലും, ഒരു ഊഞ്ഞാലും ഉണ്ടെങ്കിൽ വലിയ
ആഘോഷമായി കാണുന്ന ഡാകിനിയെന്ന
സുന്ദരി.]

1

ഡാകിനിക്ക് ഒരു ഡസൻ;
ഡോല-ക്കുണ്ട്,
ഡോലിയുണ്ട്,
ഡോളയുണ്ട്,
ഡാവുകളല്ല ഡാമരമല്ല;
ഡോളായിത,
ഡംബര ഡംബരം.
ഡംബര ഡംബരം.
ഡർബാറിൽ.

2

ഡംഭമല്ല ഡംഭനല്ല;

ഡംഭമല്ല ഡംഭനല്ല;

ഡാവുകളല്ല ഡാമരമല്ല;

ഡാകിനിക്ക് ഒരു ഡസൻ,

ഡോല-ക്കുണ്ട്,

ഡോലിയുണ്ട്,

ഡോളയുണ്ട്,

ഡാവുകളല്ല ഡാമരമല്ല,

ഡോളായിത,

ഡംബര ഡംബരം.

ഡംബര ഡംബരം.

ഡർബാറിൽ.

അർത്ഥങ്ങൾ

[ഡാകിനി – ദേവത, പിശാച് ; ഡോലക്ക് - കാതിൽ
ഞാത്തിയിടുന്ന ആഭരണം, ഡോലി-സ്ത്രീകൾക്കുള്ള
മഞ്ചൽ; ഡോള-ഊഞ്ഞാൽ; ഡാവ് - ബഡായി ; ഡാമരം
- ബഹളം; ഡോളായിത- ഊഞ്ഞാൽ പോലെ ആടുന്ന;
ഡംബര - വിഖ്യാതമായ ഡംബരം - ആഡംബരം]

28. ഡ

[അർത്ഥമില്ലാത്ത താളമടികൾക്ക്
അർത്ഥമുണ്ടോ ?]

ഡക്ക ഡക്ക ഡങ്കാരം;
ഡക്ക ഡക്ക ഡങ്കാരം;
ഡമാൻ ഡങ്കാരം.

അർത്ഥങ്ങൾ

[ഡക്ക- ഉടുക്ക് ; ഡമാൻ -വാദ്യം , ഡങ്കാരം - ശബ്ദം]

29. ണ

അണുവിലും കണത്തിലും
കണികാണും കാരണം
കണ്മിഴിയിൽ ഇണയും
തുണയും ഗുണം,
തുണയായ് പൂർണ്ണം
തണലായ്,
അണയുന്നു.

30. ത

തത്ത്വം തത്തുല്യമായ്,
തത്ത്വദർശിയായ്,
തഥാ ഭാവവും തഥാ രൂപവും,
തനതായ തദ്ഗുണവും
തന്ത്രമായ് തനിമയായ്,
തനിയെ തന്മയീഭാവത്തിൽ
തപോവനത്തിലെ തപോമയ,
തപന – തപനീയം,
തപോരാശിയായ്,
തഥാഗതൻ.

അർത്ഥങ്ങൾ

[തഥാഗതൻ - ബുദ്ധൻ ; തപോരാശി- സന്യാസി ;
തപോവന - തപസ്സ് ചെയ്യുന്നതിനുള്ള വനം ;
തപോമയം - തപസ്സിന്റെ രൂപത്തിലുള്ള തപനീയം -
സ്വർണ്ണം ഉരുക്കിയടിച്ച ; തപനീയ - ചൂട് പിടിപ്പിക്കുന്ന
]

31. ഫ

പൃഥ്വി പൃഥം;
ഫോഡനം ഫർവണം;
അഥ അഥവാ,
അസ്ഥിരം;
പഥികനും
പൃഥിപതിക്കും.

അർത്ഥങ്ങൾ

[ഫോഡനം - മൂടൽ, മറവ് ; ഫർവണം - ഗതി ; പൃഥ്വി -
ഭൂമി; പൃഥം - ഉള്ളംകൈ]

32. ഭ

1

ദേശീയവാദിതൻ ദേശ ഭക്തിയും
ദേശസ്നേഹവും ദേശഭാഷയിൽ
ദേശ വാർത്തയായ് ദേവസഭയിൽ
ദേശാടനം ദേവഗണമായ്.

2

ദൃഷ്ടാന്ത കഥയായ്,
ദൃഷ്ടി ഗോചര ദീപാഗ്നിയിൽ,
ദ്വന്ദ്വഭാവം ദർശിച്ചു.
ദ്വന്ദ്വയുദ്ധം ദർശിച്ചു.

3

ദ്വന്ദ്വമാണ്,
ദ്വിഗുണമാണ്,
ദീർഘവീക്ഷണത്തിൽ;
ദീപസ്തംഭം,
ദൈവദർശനം.

4

ദുരന്ത ദുരൂഹ,
ദുർഘട ദുർഗതി,
ദൂഷിത വലയം,
ദുർഘട ദുർഗതി,
ദൂഷ്യ ദൂഷണം,
ദുർഗന്ധം.

അർത്ഥങ്ങൾ

[ദൂഷണം - ദോഷം പറയൽ; ദ്വന്ദ്വം - രണ്ട്]

33. ധ

[ഏത് മൂടൽ മഞ്ഞിലും, തിരസ്കാരത്തിലും,
ധിക്കാരത്തോടെ ഒഴുകുന്ന ശുദ്ധിയുള്ള രക്തം
പോലെ ഒഴുകുന്ന ബുദ്ധി ശക്തികളുണ്ട്, അത്
മാറ്റൊലിയായി കാവ്യമായി നാം കേട്ടുകൊണ്ടേ
ഇരിക്കും]

ധിക്കൃതി ധീഗുണ,
ധൂപന ധൂതം.
ധവളിത ധാരണ,
ധാർമ്മിക ധിക്ഷണം,
ധമനി ധരന്ന്-
ധീരത ധോരണം.
ധൂസര വർണ്ണം,
ധരണീ ധര-
ധ്വന ധ്വനി കാവ്യം.

അർത്ഥങ്ങൾ

[ധിക്കൃതി-ധിക്കാരം ധീഗുണ-ബുദ്ധിക്കുണ്ടായിരിക്കേണ്ട ഗുണങ്ങൾ,ധൂപന - പുകയ്ക്കൽ ; ധൂതം – തിരസ്ക്കരിക്കപ്പെട്ട; ധവളിത - ശുദ്ധീകരിക്കപ്പെട്ട ; ധാരണ -ധരിക്കൽ, വസ്ത്രം ധരിക്കൽ, ഓർമ്മ വെയ്ക്കൽ; ധിക്ഷണം- ബുദ്ധി,ശക്തി; ധമനി - ശുദ്ധ രക്ത വാഹിനി ധരൻ - ധരിക്കുന്നവൻ; ധൂസര – കാന്തിയുള്ള; ധ്വന ധ്വനി - ശബ്ദവും മാറ്റൊലിയും; ധരണീ ധര - ഭൂമിയിലും പർവ്വതത്തിലും]

34. ന

നടവഴി നടവാതിലിൽ,
നിലാവെട്ടം നിലക്കണ്ണാടിയായ്,
നഖക്ഷതം കൊണ്ടൊരു
നഖചിത്രം വരച്ചു.
നയന പഥത്തിലെ,
നക്ഷത്ര പഥത്തിലെ,
നവീന നാരായ-
നക്ഷത്ര പതിയായ്.
നിരീശ്വര നിർവൃതിയായ്.
നമിക്കുന്നു.

35. പ

പകലവൻ പകർത്തിയത്,
പകൽ പകരമായ്.
പരിണാമ പരിജ്ഞാനം;
പരിചിന്തനം,
പകിടയല്ല പകാരം-
പകച്ചുപോകും പടയണി.
പകിട്ടിൽ,
പക്ഷിപതി പോലും;
പടിപടിയായ്,
പടരുന്ന പടലം.
പണ്ഡിതരിൽ
പതിരായ് പതുക്കെ
പദവിന്യാസ പഥമായ്
പഥികന് പഥ്യം.

36. ഫ

ഫലിതം ഫലിപ്പിച്ചു-
ഫല വൃക്ഷത്തിൽ;
ഫൽഗുണ ഫുല്ല-
ഫലമാണവൾ.

37. ബ

ബന്ധുര ബന്ധിത,
ബലം-ബലഹീനം.
ബഹുവിധ ബഹുമുഖ-
ബാണന് ബുദ്ധ ബ്രഹ്മം.
ബോധി ബോധിത,
ബീജക ബിംബം.
ബഹുജന ബലിയായ്
ബലിയാടായ്.
ബഹുല ബഹുലത,
ബഹുസ്വരമായി.

38. ഭ

ഭഗീരഥ ഭംഗുര,
ഭജന ഭഗവതി,
ഭാസ്കര ഭൂമി;
ഭാസുര ഭൂമി.
ഭരത ഭരിത,
ഭരണ ഭൂമി.
ഭാരത ഭൂമി,
ഭാർഗ്ഗവ ഭൂമി.
ഭാവന ഭൂമി,
ഭൗമ ഭ്രമണ,
ഭ്രമണ പഥത്തിൽ,
ഭൈരവ ഭേരി,
ഭൂവന ഭേദിത,
ഭിന്നത ഭീതിതം.

39. മ

മുകിൽ മൈത്രി,
മിഴി തുറന്നു
മൊഴിഞ്ഞു
മൊഴിയായ് മലർ മുകളിത
മന്ദസ്മിതം.
മഞ്ഞുതുള്ളിയായ്
മംഗല കാലം
മിന്നി മിന്നലായ്
മണി ദീപമായ്
മഴവില്ലായ്
മങ്കില മായിക
മാരനായ്
മാമക മാമര മാമലയിൽ.
മയൂര മാരുത മിലനം
മലക്ക് മണിയറയിൽ.
മാൻപേട മാനസ
മിഴിയിൽ മല്ലിക മഴയായ്
മനതാരിൽ
മന്ദസ്മിതം.

40. യ

യഥാകാലം

യഥാകൃതം

യഥാതഥാ

യജ്ഞം

യവന-യോഗി

യശസ്സിൽ

യുഗധർമ്മ

യുഗാന്തര യുക്തി.

41. ര

രൂഢമൂല രൂഢധാരണ
രൂപക രൂപണ-
രീതികളല്ലോ
രാജസദസ്സിൽ രാജസൂയം
രാജതന്ത്രം രജത-
രഞ്ജിത രഹസ്യയോജക
രാജധർമ്മ രാജഭാഷ.

42. ല

ലക്ഷണമൊത്ത
ലക്ഷ്യങ്ങൾ
ലഘു ഭക്ഷണം
ലഘു പലിശ
ലഘു കവിത
ലഘു ലേഖ
ലളിത ജീവിതം
ലളിത കല.

43. വ

വലിവ് വലുതായി,
വലത്തായി വല്ലാതായി,
വലയായി വല്ലാതെ,
വല്ലികയായി വഷളായി,
വിഷമമായി,
വഴിയായി,
വടിയായി.

44. ശ

ശങ്കര ശങ്കയിൽ
ശകുനം,
ശംഖുമുഴക്കം ശപഥം.
ശബ്ദം ശക്തി;
ശപഥം ശക്തി;
ശരണം ശാശ്വത,
ശിക്ഷണ ശാസ്ത്രം.
ശൂന്യത ശിഖിരം;
ശിഥിലിത ശിബിരം;
ശിശുവിൻ പുഞ്ചിരി
ശോഭന, ശ്വേതാ
ശേഖരം.

അർത്ഥങ്ങൾ

[ശങ്കര – ശുഭകരമായ; ശകുനം - നിമിത്തം; ശിബിരം -
രാജപാളയം, ശിഖിരം - കൊടുമുടി]

45. ഷ

ഷാഡ് ഗുണ ഷായ്ക്ക്
ഷഡ്പദ ദർശനം.

അർത്ഥങ്ങൾ

[ഷഡ്പദ - ആറു കാലുകളുള്ള ജീവി; ഷാഡ് ഗുണ -
ആറ് ഗുണങ്ങൾ ; ഷാ – രാജാവ്; ഷഡ്ദർശനം - ആറു
വ്യത്യസ്ത തത്ത്വ ശാസ്ത്ര ആദർശങ്ങൾ]

46. സ

[സങ്കടവും സന്തോഷവും നിറഞ്ഞ
ജീവിതത്തിന്റെ കൊടുമുടിയിൽ സാരം
കണ്ടെത്തുന്നു]

സാധന സാദര,
സന്തോഷ സാഗര,
സങ്കട സങ്കര,
സങ്കല്പ സങ്കുല,
സാന്ത്വന സാനുവിൽ,
സംഗമ സംഭ്രമ,
സംഗീത സങ്കേതം;
സന്തോഷ സാഫല്യ,
സാർത്ഥ സാരം.

അർത്ഥങ്ങൾ

[സാധന-അനുഷ്ഠാനം;സാനു-കൊടുമുടി;സാദര-
ബഹുമാനത്തോടുകൂടിയ;
സങ്കുല-തിങ്ങിയ;സാർത്ഥ-അർത്ഥമുള്ള]

47. ഹ

[ഹിമാലയ താഴ്വരയിലെ കാഴ്ചയിൽ
ഹർഷോന്മാദം അനുഭവിക്കാതിരിക്കാൻ
കഴിയുമോ?]

ഹിമാലയ ഹിമ,
ഹിരണ ഹസനം,
ഹല ഹല ഹർഷം;
ഹേമന്ത-
ഹൈമവതി,
ഹൃദയ ഹിതം.

അർത്ഥങ്ങൾ

[ഹസനം - ചിരി ; ഹല ഹല - ആർപ്പ് വിളി]

48. ള

വിളഞ്ഞ വെളിച്ചം;
അളവറ്റ വെള്ളി വെളിച്ചം;
മുളയിട്ടത്,
ഉള്ളഴിഞ്ഞത്,
ഉള്ളറയിൽ;
മലയാളം.

49. ഴ

ആഴത്തിൽ മിഴിവ് മിഴിയിൽ;
പുഴവഴിയിൽ മഴയായി,
അഴകായ് ഉഴവു നിലത്തിൽ;
കീഴോട്ടൊഴുകി,
കുഴലൂതി
തഴുകി
ആലിപ്പഴം പെയ്തു.
പഴങ്കഥ പവിഴം പെയ്തത്,
പഴമൊഴിയായി,
പഴമ്പാട്ടായി,
മുഴങ്ങി പലവഴിയിൽ;
പെരുമഴയിൽ;
പെരുവഴിയിൽ.

50. റ

*[എല്ലാ കാര്യങ്ങൾക്കും ഒരു മറുപുറമുണ്ടോ,
അന്വേഷിച്ചലയുമ്പോഴേക്കും അവ പുകയായി
മറയുന്നുവോ?]*

മറുപുറം മറുപടി,
മറവിൽ മറയുന്നു.
മറവിയിൽ മറയുന്നു.
റാൻ റാൻ റാൻമൂളി,
റോന്തുന്ന പുകയായ്,
മറയുന്നു.

51. റ്റ

[ഈ പുസ്തകം രചിക്കുമ്പോൾ റ്റ എന്ന അക്ഷരം മലയാള അക്ഷരമാലയിൽ, 51 -ൽ ഉൾപ്പെടുത്തിയിട്ടില്ല. ഞാൻ ജനിച്ച സ്ഥലത്തിന്റെ പേരിൽ ഒരു റ്റ യുണ്ട്. പുറ്റേക്കര]

പുറ്റേക്കരയിൽ,
ഒറ്റയാനായ്,
ആറ്റിൻ അറ്റം,
ആറ്റുനോറ്റിരുന്ന്,
ഈറ്റൊലിയായ്,
മാറ്റൊലിയായ്.
കാറ്റ് മറയിൽ ആറ്റ് വഞ്ചിയിൽ
മാറ്റത്തിൻ മാറ്റൊലി,
ഏറ്റെടുത്തു,
മറ്റൊരു മാറ്റായ് മാറ്റം.

നന്ദി

എന്റെ പരീക്ഷണ കവിതകൾ വായിച്ച

എല്ലാ കവിതാ പ്രേമികൾക്കും നന്ദി.